കടക്കാലം

kadakkalam
balasahithyam
•
uzhamalakkal maitheen
•
first edition
february 2012
•
typesetting
athma
•
published
chintha publishers, thiruvananthapuram
•
printed
akshara offset, thiruvananthapuram
•
cover & illustration
sudheer p y

വിതരണം
ദേശാഭിമാനി ബുക്ക് ഹൗസ്
H O തിരുവനന്തപുരം–695 035
www.chinthapublishers.com
chinthapublishers@gmail.com

ബ്രാഞ്ചുകൾ
ഹെഡ്ഡാഫീസ് കുന്നുകുഴി • ഓവർബ്രിഡ്ജ് തിരുവനന്തപുരം • കെ എസ് ആർ ടി സി ബസ് സ്റ്റേഷൻ ആലപ്പുഴ • കെ എസ് ആർ ടി സി ബസ് സ്റ്റേഷൻ എറണാകുളം • മച്ചിങ്ങൽ ലെയ്ൻ തൃശൂർ • ഐ ജി റോഡ് കോഴിക്കോട് • കെ എസ് ആർ ടി സി ബസ് സ്റ്റേഷൻ കോഴിക്കോട് • എൻ ജി ഒ യൂണിയൻ ബിൽഡിങ് കണ്ണൂർ • സെൻട്രൽ ബസ് ടെർമിനൽ കോംപ്ലക്സ് താവക്കര കണ്ണൂർ

CO - 1692 / 2842

കടക്കാലം

(ബാലസാഹിത്യം)

ഉഴമലയ്ക്കൽ മൈതീൻ

ചിന്ത പബ്ലിഷേഴ്സ്
തിരുവനന്തപുരം-695 035

ഉഴമലയ്ക്കൽ മൈതീൻ

തിരുവനന്തപുരം ജില്ലയിലെ വിതുരയിൽ ജനനം. മലബാർ കലാപത്തിൽ ബ്രിട്ടീഷുകാർ പ്രതികളാക്കിയവരിൽ ഒരാളായിരുന്ന മുഹമ്മദാണ് പിതാവ്. മാതാവ്: ഫാത്തിമ. വിതുര ഗവ. ഹൈസ്കൂൾ, ഉഴമലയ്ക്കൽ ശ്രീനാരായണ ഹൈസ്കൂൾ, ഇക്ബാൽ കോളേജ് എന്നിവിടങ്ങളിൽ വിദ്യാഭ്യാസം.

1996 മുതൽ കേരളസാഹിത്യ സംഘത്തിന്റെ സംസ്ഥാന പ്രസിഡന്റ്. ഒ വി വിജയൻ ഫൗണ്ടേഷൻ സംസ്ഥാന എക്സിക്യൂട്ടീവ് അംഗം എന്നീ നിലകളിൽ പ്രവർത്തിക്കുന്നു. *നിലാവിന്റെ കുന്നുകൾ, ഒച്ച, ഒറ്റവസ്ത്രം, ഉടമ്പടി, ശിവപാർവതീയം, കറുത്തമണ്ണു തിന്നുന്നവർ* എന്നിവയാണ് മറ്റു കൃതികൾ. കവിതയ്ക്ക് 2000 ലെ മാനവീയം പ്രൈസ്, ഒരുമ സാഹിത്യ പുരസ്കാരം എന്നിവ ലഭിച്ചിട്ടുണ്ട്. ആനുകാലികങ്ങളിൽ എഴുതുന്നു.

ഭാര്യ : മാജിദ

മകൾ : ഷൈന

വിലാസം : സങ്കീർത്തനം
തൊളിക്കോട് പി ഒ
നെടുമങ്ങാട് – 695 541
ഫോൺ: 2878098, 9446348098

ഉള്ളടക്കം

1

കടക്കാലം

നെല്ലാണ് കുത്തണ്
കുച്ചരി കുത്തണ്
ഉച്ചയ്ക്കമ്മേ ഇത്തി അവലു തായേ.....

നെല്ലല്ല കുത്തണ്
അവല്ലല്ല കുത്തണ്
അമ്മയ്ക്കു നെഞ്ചകം
ഉരലാണു മോനേ.

ചങ്ങാതി ഇല്ലത്തിൽ
അയലത്തിലല്ലോ
പയറു വറുക്കണ്
അമ്മ കേട്ടോ?

പയറല്ല വറുമണി
ഇത്തിരി നീർമണി
അമ്മയ്ക്കു കണ്ണു നീറുന്നു മോനേ.....

കഞ്ഞി തളയ്ക്കണ്
കൊഞ്ഞനം കുത്തണ്
കൊഞ്ഞകളെല്ലാം

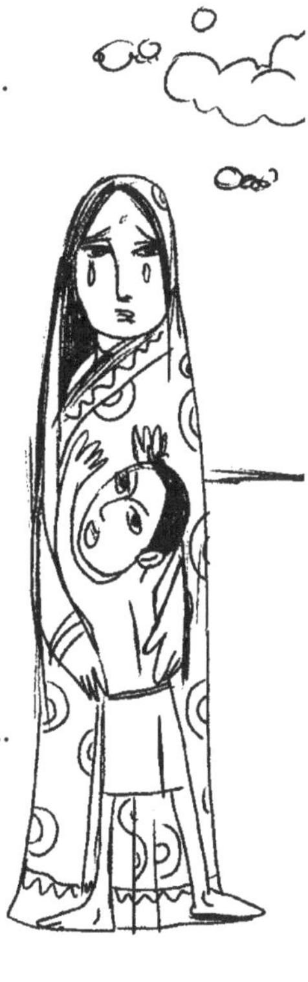

നാവോടെ കുടയണ്
കടലും വിളിക്കണ്
തിരയാകെ മറിയണ്
കടലുകൾ നീന്തിവാ എന്റെ അമ്മേ....

കടലു കടക്കും കടത്താണു മോനേ,
കുടലു കടയും കടമാണു മോനേ,
അമ്മയ്ക്കു കുമ്പയിൽ
അലയ്ക്കുന്ന കടല്
കടലിനെ നോക്കി
ഇരിക്കെന്റെ പൊന്നേ.....

2

മഴത്തെയ്യം

മഴയത്തുണ്ടൊരു മുത്തശ്ശി
മണ്ണിൽ നിൽക്കും മുത്തശ്ശി
മഴയും ചൂടി നിൽപ്പാണേ
മടി കൂടാതെ നനയുന്നു.

മഴയും ചൂടി നിൽക്കുമ്പോൾ
പൊഴിയും മാമ്പൂ തളിരെല്ലാം
ഒലിച്ചു വന്നൂ തിരുമുമ്പിൽ
നമിച്ചു നിന്നൂ ദാസികളായ്!

മഴയും പോയി പുഴയും പോയി
എരിയും വെയിലായ് പൊരിവെയിലായ്
വെയിൽമേഘലങ്ങൾ പീലികളായ്
മയിലായ് നൃത്തം തുടരുന്നു......

3

മുയൽച്ചന്തം

കുഞ്ഞുമോനൊരു മുയലുണ്ട്
മുയലിനു കാലും നാലാണ്
കാലിനു നീളം കുറവാണ്
വാലിനു രോമം കുറവാണ്

റബ്ബർകൊണ്ടൊരു മുയലാണ്
മുയലിനു ചാട്ടം നാലാണ്
നാലിൽ ചാട്ടം കുറവാണ്
നാലുകാലിൽ നിൽപ്പാണ്
കാറ്റുപോയാൽ കിടപ്പാണ്.

4

പുഞ്ചിരിപോലൊരു അമ്മ

അമ്മ വന്നു
പാൽക്കാരിയും!

പാലു തന്നു
ചായ പൂട്ടി,

അച്ഛനേതോ യാത്രപോയി
തിരികെ വന്നു
കുട മടക്കി
കൂട്ടു പോയോരാളു വന്നു.

കൂട്ടിരിപ്പിൻ കൂട്ടുകാരൻ
കുട നടയിൽ
കാത്തിരിപ്പായ്!

നേരമേറെ നേർച്ച നേർന്ന
പകൽ വിയർപ്പായ്
ചേച്ചിയെത്തി
ജോലി തേടിപ്പോയൊരേട്ടൻ
സന്ധ്യപോലെ മങ്ങിവന്നു
കൂട്ടുകൂടി വട്ടമിട്ടു

ഞങ്ങളെല്ലാം ചുറ്റിരുന്നു
പാലുപോലെ ചായനേർന്നു
നേർച്ചപോലെ ചോർച്ചയായി
പാത്രമേതോ ദ്വാരമിട്ടു
ചായ മണ്ണിൽ
ഒലിച്ചിറങ്ങി.

അമ്മപോലും പാലു പോലെ
പുഞ്ചിരിച്ചു മിഴി നിറഞ്ഞു!

5

ചൂണ്ട

ചൂണ്ടയിലെന്തേ
മുള്ളാണ്.
മുള്ളിലെന്തേ
പുഴുവാണ്.
പുഴുവിലെന്തേ
ജീവനാണ്.
ജീവനിലെന്തേ
തുടിപ്പാണ്.
കരയിലെന്തേ
കാത്തിരിപ്പാണ്.

6

കുളി

ഇത്രനേരം കുളിച്ചിട്ടും
പുഴവറ്റാത്തതെന്തേ
ഇത്രമാത്രം നനഞ്ഞിട്ടും
മഴ തോരാത്തതെന്തേ
ഇത്രമാത്രം കഴുകിയിട്ടും
തുണി തുന്നാത്തതെന്തേ
ഇത്രമാത്രം ഉണങ്ങിയിട്ടും
വെയിലു തണുക്കാത്തതെന്തേ
ഇത്രമാത്രം ഉണക്കിയിട്ടും
മുടി പാറാത്തതെന്തേ?

7

സൂര്യപരാജയം

മഞ്ഞുണ്ട് മഴയുണ്ട്
കുളിരുണ്ട് കാറ്റുണ്ട്
വെയിലുണ്ട് ചൂടുണ്ട്
ഉഷ്ണവും വെട്ടവും
സൂര്യനു താഴെ.

കളിയുണ്ട് ചിരിയുണ്ട്
കാര്യം കരച്ചിലും
സ്ത്രീയുണ്ട് തീകൊണ്ട്
ശ്രീവിട്ടകാര്യവും
സൂര്യനു താഴെ.

നിദ്രരഥങ്ങളിൽ
സ്വപ്നയാനങ്ങളിൽ
മർത്ത്യനും സൂര്യനു മേലെ!

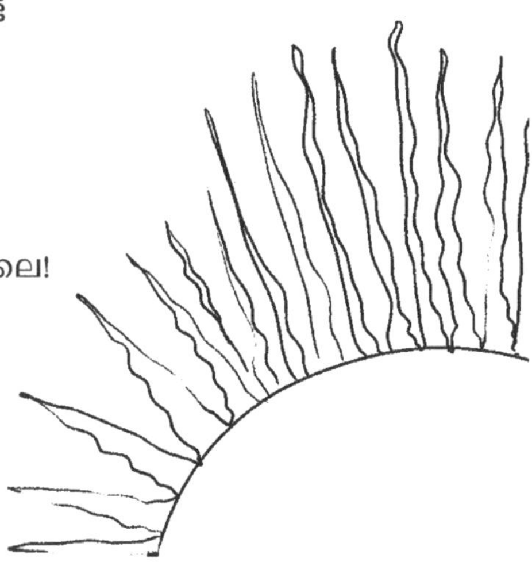

8

തത്തകൾ

ഉമ്മറത്തൊരു തത്ത
പിൻപുറത്തൊരു തത്ത
പുരപ്പുറത്ത് വേറൊരു തത്ത
അടുക്കളയിൽ കഞ്ഞിവിളമ്പും
നമ്മുടെയെല്ലാം അമ്മത്തത്ത!

9

ചെണ്ട

ചെണ്ടക്കാരാ കേൾക്കേണ്ടേ
ചെണ്ടയാരെന്നറിയാമോ?
കാടു മുറിച്ചൊരു മരമാണ്,
വെടിവെച്ചിട്ടൊരു മാനാണ്,
നാടു മുഴക്കി നടക്കും
ചെകിടുപൊട്ടൻ മണ്ടനാണ്.

10

മൃഗശാല

മൃഗശാല കാണുവാൻ
പോയൊരുനാൾ
മയിലുണ്ട് പുലിയുണ്ട്
കിളിയുണ്ട് വെയിലുണ്ട്
കരടിയും ചീങ്കണ്ണി
കാട്ടുചെമ്പോത്തും
നീർക്കോഴി നീരാളി
നീലക്കുയിൽ
കലമാനും പിടിയാന
കലികൊണ്ട വരയൻകുതിര
തീറ്റകൊടുക്കാനാളുകളും!

11

കള്ളന്മാർ

കള്ളായെന്നു വിളിച്ചോ നീ
കള്ളീയെന്നു വിളിച്ചോ നീ
ഇല്ലേ ഇല്ല വിളിച്ചില്ല,
“കള്ളം പറയുന്നോടാ നീ”.

12

അക്ഷരമാല

അമ്മയുമക്ഷരമാല പഠിച്ചു
അച്ഛനുമക്ഷരമാല പഠിച്ചു
കുട്ടി വായിക്കാൻ പഠിച്ചപ്പോളച്ഛൻ
അമ്മയുടെ കഴുത്തിലെ മാല പറിച്ചു.

13

ഭിക്ഷ

ഭിക്ഷയ്ക്കു പോയവൻ
മടങ്ങി വന്നപ്പോൾ
കുഞ്ഞുമോൾക്കൊരു ഭിക്ഷകൊടുത്തു
കുഞ്ഞുമോനൊരു ഭിക്ഷകൊടുത്തു
കെട്ടിയവൾക്കൊരു വീക്കുകൊടുത്തു.

14

തുമ്പക്കുടം

വെള്ളാരം കല്ലുപെറുക്കി
പൊൻതുമ്പി എന്നു വരും നീ
ശിങ്കാരം പാട്ടുകൾ മൂടി
ചിങ്കാരി എന്നു വരും നീ
നീ വരുമോ എന്നുടെ പൂവിൽ
തിരുനെഞ്ചിൻ തേനു കുടിക്കാൻ
നീ തരുമോ എന്നുടെ മിഴിയിൽ
നീ കാണും കാഴ്ചകളെല്ലാം.

15

കുട

ഇവൻ രാമൻ
എന്റെ കൂട്ടുകാരൻ
ഇവൾ രമ്യ
എന്റെ കൂട്ടുകാരി
ഇരുവർക്കും ഞാനൊരു
കൂട്ടുകാരൻ
മൂവരും ഒത്തു നടന്നു പോയാൽ
മഴയത്തു കുട നിവർത്തുന്നതെങ്ങനെ?

16

തമ്പുരാൻ

പൊന്നു തമ്പുരാന്
പട്ടും പത്രാസുമുണ്ട്
പട്ടാളവും പാളയവുമുണ്ട്
നെല്ലും വാഴയും കൃഷിയിടങ്ങളുമുണ്ട്
സാമ്രാജ്യവും സിംഹാസനവുമുണ്ട്
പക്ഷെ,
തമ്പ്രാനെന്നു വിളിക്കാൻ
അടിയൻ തന്നെ വേണം.

17

ഞായറാഴ്ച

ഇന്നു ഞായറാഴ്ച
ഒഴിവു ദിവസം
കേബിളില്ല
സീരിയലില്ല
സിനിമയില്ല
റിയാലിറ്റി ഷോയില്ല
അച്ഛനും അമ്മയും വീട്ടിലില്ല.

ഇടിയും മിന്നലും മാത്രം
കനത്ത മഴയും!

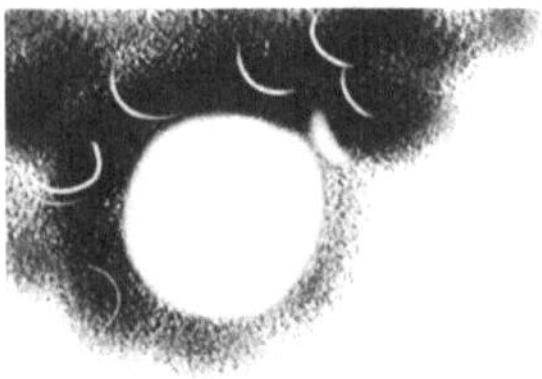

18

വെറുതെ കുരയ്ക്കുന്നവ

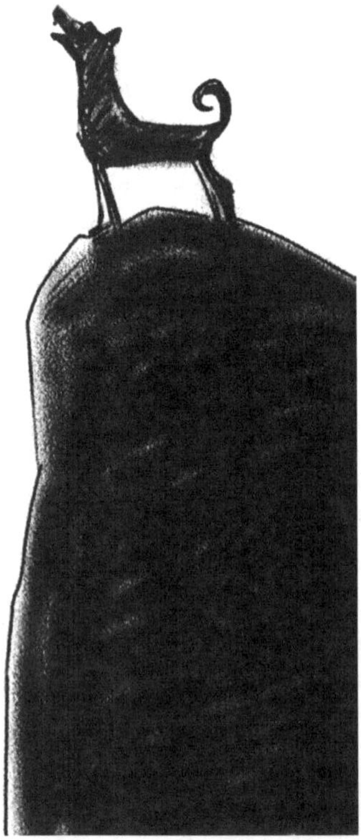

പേടിയോടെ നാവു നീട്ടി
പട്ടികൾ കുരച്ചു;
കൂട്ടത്തിലൊന്നിനു
ലക്ഷ്യമുണ്ടായിരുന്നു
മറ്റുള്ളവയെ കുരപ്പിക്കുക.

കള്ളനോടിയ ഇടവഴിയിൽ
വേട്ടക്കാരന്റെ വിളക്കിനു
പിന്നിൽ
ചതിയന്റെ മുഖംമൂടിക്കു
മുന്നിൽ
കുന്നിന്റെ മുകളിൽ
താഴ്‌വരയിൽ
നദിക്കരയിൽ
ചന്ദ്രന്റെ പ്രഭയിൽ
മരത്തിന്റെ നിഴലിൽ
നിറുത്താതെ കുരച്ചു.

നിലാവു മാഞ്ഞു,
നേരം കഴിഞ്ഞു!

പട്ടിക്കു മനസിലായി
വെറുതെയാണ് കുരച്ചതെന്ന്.

19

മനുഷ്യൻ പാടുന്നു

പാട്ടുപാടുന്നു
വെയിൽക്കുടത്തണലിൽ
ഈണമിട്ടു ജീവിതം
സങ്കടങ്ങൾ പാടി നീട്ടുന്നു.

പാട്ടുകേട്ടവരൊത്തു
ഒട്ടിനിൽക്കുന്നു
നേരം നേരറിഞ്ഞരികത്ത്
കയ്യടിത്താളം നീട്ടി
രാഗത്തിൽ നമിക്കുന്നു

രാഗമങ്ങനെ രാവിൻ
ധാരയാകുന്നു
പാട്ടിൽ പാഴ്പുരാണത്തിൻ
നാട്ടുപാമ്പിറങ്ങുന്നു.

20

തൊട്ടിൽ

പാടിഞ്ഞാറുള്ളൊരു
കടലിനക്കരെ
സൂര്യനു വീടുണ്ട്.
ആരുകൊടുത്തു സൂര്യനുറങ്ങാൻ
ചുവന്ന ജലത്തൊട്ടിൽ?

21

വാത്സല്യം

അമ്മതൻ വാത്സല്യമെന്താണ്?
അമ്മയുടെ വാത്സല്യമധുവാണ്
സ്നേഹത്തിൻ താരാട്ടു പാട്ടാണ്
പുഞ്ചിരിത്താമരമൊട്ടാണ്
പാട്ടിൻ കുളിരൂറും തടാകമാണ്.

ചന്ദ്രതാരത്തിന്റെ മാനമാണ്
താമരക്കുമ്പിൾ മണമാണ്
താന്നിരുന്നാടുമൂഞ്ഞാലാണ്
താഴത്തുപൂക്കും നിലാവാണ്
താനേ തുളുമ്പും നിറകുടമാണ്
താരാട്ടിന്റെ താഴാമ്പൂവാണ്.

22

കടൽ

വെയിലു കുറുക്കി
വെയിലു കുറുക്കി
ചുവന്ന തൈരായ് സന്ധ്യ

പകലു പകർത്തി
പകലു പകർത്തി
കറുത്ത പടമായ് രാത്രി.

കാറ്റു പടർത്തി
കാറ്റു പടർത്തി
ഉലഞ്ഞ മരമായ് തിരകൾ.

23

ഉപ്പൻ

അരിയുണ്ട് മുളകുണ്ട്
പുളിയുണ്ട് തീയുണ്ട്.

ഉപ്പിനു പോയി അമ്മ മടങ്ങി
ഉപ്പനുപോലും പനിയായി

കണ്ണു ചുവന്ന ഉപ്പൻ മാത്രം
മൂളി മൂളി ഇരിക്കുന്നു.

24

അലക്ക്

കുട്ടി: തുണിക്കാരാ തുണിക്കാരാ
എനിക്കൊരു പട്ടുനൂലിൻ
തുണി കൊണ്ടു തരേണം നീ.

അലക്കുകാരൻ: തുണിയില്ല വിൽപ്പനയ്ക്ക്
അലക്കാനായ് ചുമടാണ്
പട്ടുനൂലിൻ തുണിക്കെട്ടിൽ
കെട്ടിയിട്ട അലക്കുകാരൻ
തുണിക്കെട്ടിൻ തുണപോകുന്നേ.....

25

ഓണം

കുമ്പകുലുക്കി വരുന്നേ മന്നൻ
ഓലക്കുടയും ചൂടിവരുന്നേ
മടിനിറയെ പുഞ്ചിരികെട്ടി
ചിങ്ങനിലാവും കൂടെ വരുന്നേ
കണ്ണിൽ പൂക്കളമെല്ലാമേന്തി
കാറ്റിൻ കാവടി കൂടെ വരുന്നേ
കാട്ടാറിന്റെ ചിലമ്പുകിലുക്കി
കൂട്ടരുമെല്ലാമൊത്തു വരുന്നേ.

26

തുമ്മൽ

"ഇവിടെ തുമ്മരുത്"
റോഡിൽ പരസ്യം കണ്ടു.

തുമ്മിയാലെന്താ?

ഡോക്ടർ പറഞ്ഞു:
തുമ്മിയാൽ രോഗം വരും.
പൊലീസു പറഞ്ഞു:
റോഡ് അശുദ്ധമാകും.
യാത്രക്കാരൻ പറഞ്ഞു:
ദേഹത്തു വീഴും.
അയൽക്കാരൻ പറഞ്ഞു:
തുമ്മിയാൽ മൂക്കുതെറിക്കും.

27

മുത്തം

മുറ്റത്തു മാവിന്റെ
ചോട്ടിലെക്കാറ്റ്
മുത്തം കൊടുത്തുകൊണ്ടോടി
മുത്തങ്ങളെല്ലാം പഴുത്തു പഴുത്തത്
താഴത്തു വീണുകിടന്നു
മുത്തിയും മക്കളുമെത്താത്ത കാര്യമായ്
അണ്ണാറക്കണ്ണനു ദേഷ്യം.

28

നഷ്ടം

വാച്ചു പോയി
നേരവും പോയി
ലൈറ്റു പോയി
വായന പോയി
പൂക്കളും പോയി
വാസന പോയി
രാത്രി പോയി
താരാട്ടു പോയി

29

ഉണ്ണിയുടെ അച്ഛൻ

ഏഴുവെളുപ്പിനു
വെള്ളിയുദിച്ചില്ല.
താമരപ്പൂങ്കുളം
മുങ്ങി നിവർന്നില്ല.

ഏഴരപ്പൊന്നാന
കണികണ്ടുണർന്നില്ല,
പായസക്കിണ്ണവും
പുത്തരിച്ചോറും
അരമനയിൽ വച്ചു വിളിച്ചതില്ല.

ഉണ്ണിക്കുറങ്ങുവാൻകണ്ണീരിൻ
തൊട്ടിലിൽ താരാട്ട്,
പ്രാതലിനെന്നും ശീതപ്പുലരിയിൽ
കൈവിരല്
കാട്ടുമുളന്തണ്ടി-
ലോരോ സുഷിരവും
തൊട്ടുതൊട്ടുണ്ണി

ഇരുന്നു പാടുന്നു:
ഉണ്ണിക്കു കാണണം
അച്ഛനെ മാത്രം
വെള്ളിക്കുടം നിറയെ
വെണ്ണയും മാത്രം!

30

മലയാളം

മലയാളം പാഠപുസ്തകം
കളഞ്ഞുപോയി
പാട്ടും കഥകളും മറന്നു പോയി.
ഇപ്പോൾ ചുരുക്കെഴുത്തുമാത്രം.